கை நழுவும் காலம்

கை நழுவும் காலம்

சிற்பி

எழுத்து
பிரசுரம்

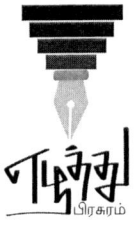

Title: Kai Nazhuvum Kaalam
Author's Name: Sirpi
Copyright © Sirpi2023
Published by Ezutthu Prachuram

All rights reserved. No part of this publication may be reproduced, stored in a retrieval system, or transmitted, in any form or by any means, electronic, mechanical, photocopying, recording, psychic, or otherwise, without the prior permission of the publishers.

Ezutthu Prachuram
(An imprint of Zero Degree Publishing)
No. 55(7), R Block, 6th Avenue,
Anna Nagar,
Chennai - 600 040

Website: www.zerodegreepublishing.com
E Mail id: zerodegreepublishing@gmail.com
Phone: 89250 61999

Ezutthu Prachuram First Edition: June 2023
ISBN: 978-93-90053-70-4
TTTLE NO EP: 442

Rs. 120/-

Layout & Cover Design: Vijayan, Creative Studio
Printed at Clictoprint, Chennai, India

என்னுரை

எண்பத்தி ஏழு வயதிலும் கண்பொத்தி விளையாடும் கனவுகளின் துளிகள் இந்தக் கவிதைகள்.

கவிதைக் கழனியில் ஒரு விதையாகப் பேராசிரியப் பெருந்தகை அப்துல் கபூர் என்னை ஊன்றி வைத்த போது என் வயது பதினாறு. நான் ஓர் இளந்தருவாக வளர்ந்தபோது களையொதுக்கி உரமிட்டவர் அண்ணாமலைப் பல்கலைக்கழகப் பேராசான் மு. அண்ணாமலை.

ஒரு விருட்சமாக நான் இலை விரிக்க முகிலாய்ப் பொதிந்து பால் மழை பொழிந்தவர் பாவேந்தர் பாரதிதாசன்.

எழுத்து பத்திரிகைக் காலத்திலும் தொடர்ந்து வானம்பாடி யுகத்திலும் புதுக்கவிதைக்கு நான் தடம் மாறியது வரலாற்றுக் கட்டாயம். காலத்தோடு போட்டி போட்டுக்கொண்டு ஓடியோடி இருபதுக்கு மேற்பட்ட கவிதைத் தொகுப்புகள் வெளிவந்தன.

அரசியலும் அறிவியலும் சமூகவியலும் வெவ்வேறு காலங்களில் என் கவிதைகளில் கொடி நாட்டியதுண்டு. ஆனாலும் அடித்தளம் எனக்கு மனிதம்தான்.

இன்று எனக்கு இணைபிரியாத தோழன் முதுமை. நாடெல்லாம் ஓடித் திரிந்த நாட்கள் நினைவுகளாய் மாறிப்போக என் சொந்த ஊருக்குள் தெருவுக்குள் வீட்டுக்குள் வாழும் காலம் இது. அதனால் கவிதைகளும் அந்த அனுபவங்களுக்கே அடையாளங்களாய்ப் பதிவு பெற்றிருக்கின்றன.

வாழும் உலகம் எல்லைகளுடையதாய் மாறிப் போனது. மனது மட்டும் சிலிர்த்துச் சிறகடித்துக் கொள்கிறது. அந்தக் காரணத்தினாலேயே இத்தொகுப்பு 'கை நழுவும் காலம்' என்று தன்னை அழைத்துக் கொள்கிறது.

என் அண்மைக்கால மனப்பதிவுகள் அடங்கிய இந்தக் கவிதை நூலை சீரோ டிகிரி பதிப்பகம் வெளியிடுவது எனக்கு மகிழ்ச்சி தருகிறது. பதிப்பகத்தாருக்கு என் நன்றி.

இந்த நூலுக்கு ஓர் அன்புரை வழங்கியுள்ள என் மாணவியும் கவிஞருமான முனைவர் ஜே. மஞ்சுளா தேவிக்கு நன்றியும் பாராட்டும் வாழ்த்துகளும். நூல் வடிவம் தந்த என் உதவியாளர் பாலுவுக்கு நன்றி.

– சிற்பி

பொருளடக்கம்

- என்னுரை 5
- மனிதப் பூச்சி 9
- வேர் 11
- முடிவில்லாத பட்டிமன்றம் 13
- விடை தெரியாத கேள்விகள் 15
- சிற்ப அற்புதம் 17
- தோல்வி 19
- நகரில் நுழைந்த மயில்கள் 21
- தமிழ் செய்த மாயம் 23
- அயலகம் செல்கிறாள் ஆதிரை 25
- இடிகிறது ஓர் உணவகம் 27
- அனுபவம் 29
- பிரளயம் 31
- மஞ்சள் தொண்டைச் சிட்டு 32
- உலகக் கவிதை நாள் சிந்தனைகள் 34
- பார்வை நேரம் 36
- ஒரு கலைஞனின் மரணம் 38
- எனக்குள் இருக்கும் இசை 39
- அப்பா 41
- மறைபொருள் 43
- மாயக் குதிரை 45
- நச்சுப் பரம்பரை 46
- இயந்திர மனிதர்கள் 48
- யானைத் திருநாள் 50
- இரவுப் பயணிகள் 52
- நினைவுக்கு வருகிறான் ஆஸ்கார் ஒயில்டு ... 54
- குப்பை வண்டி 56

காக்கா அக்கா	58
நீலத் துண்டு	60
செவத்தம்மா	62
தாம்பத்தியம்	64
பெயர்ப் பலகை	66
வரலாறு சொல்கிறது	67
மறதி	68
இராட்சதம்	70
மன நதி	71
ஆத்ம வேதனை	72
படுகொலை	74
மறைந்த பறவை	76
மன்னிக்க முடியவில்லை	77
ஒரு பூனையின் மரணம்	78
ஆகப்பெரிய வீடு	80
கீழ்நோக்கிய பயணம்	82
பறக்கத் தயங்கும் பறவை	83
அது எது?	84
மாய மனிதன்	85
கவசம் அகற்றல்	86
கை நழுவும் காலம்	88
கவிதைப் பேரியக்கம்	90

மனிதப் பூச்சி

பூமியின் கதவைத் திறந்து கொண்டு
வருவது போல் வந்தான் அவன்

முகம் தெரியவில்லை
உடல் அடையாளமும் புரியவில்லை

குப்பை கூளம் அழுக்கு சகதி
நழுவும் எலி கரப்பான் நச்சுப் புழுக்கள்
கசியும் ரத்தக் கீற்றில் கிருமிகள்
கழிவறைப் பிசுக்குகள் மூத்திர வாசம்
உயிரைப் பிதுக்கிய நகரின் நாற்றம்
பாதாள உலக வேதாளம் போல்
சாக்கடைத் துவாரம் கழித்த மலம் போல்
வெளியில் வந்தான் அவன்

கொரோனா டெங்கு
டைபாய்டு நிமோனியா
மலேரியா சிக்கன் குனியா
பன்றிக் காய்ச்சல்
நுண்மிகள் விதைக்கும் உழவன் அவன்

மூக்கைப் பிடிக்கிற விஞ்ஞானமே
முகமூடி தைக்கிற தொழில் நுட்பமே
நிலவின் புழுதியில் ஆரத் திளைக்கவும்
சனி வளையத்தில் சறுக்கி மகிழவும்
தின்னப் புதுப்புதுப் பண்டங்கள் செய்யவும்
காதல் யந்திரங்கள் கண்டு பிடிக்கவும்
காலமும் நேரமும் காணுகின்றீர்களே
பாதாளச் சாக்கடை மனிதப் பூச்சிக்கு
என்ன கண்டுபிடித்தீர்கள்?

*

09.11.2020

சிற்பி

வேர்

என்னை அகழ்ந்தெடுத்து விட்டாயா?
உனக்கு என் வாழ்த்துக்கள்
நீ வெற்றி பெற்றுவிட்டாய்
இனி என் தோல்வியை நீ கொண்டாடலாம்

உன் முன்னால் சுக்கு நூறாய்க்
கிழிபட்டுக் கிடக்கிறேன்

ஆனாலும் நீ
என்னை அழித்து விடலாமென
மனப்பால் குடிக்காதே
நான் வேர் தான்
ஆனால் வேர் மட்டுமல்ல
வேரடி மண்ணும் நானே

ஒரு வேர் சாம்பலாகலாம்
இன்னொரு வேரை மண் பிறக்க வைக்கும்
மற்றொரு வேர்...
வேறொரு வேர்...

மண்ணிருக்கும் வரை
வேரின் வருகை நிகழ்ந்து கொண்டே இருக்கும்

ஞாபகம் வைத்துக் கொள்
இந்த மண்
வேர்களின் கருவறை
வேர் இருக்கும் வரை
முளை இருக்கும்
மண் இருக்கும் வரை
உயிர் இருக்கும்...

*

13.11.2020

சிற்பி

முடிவில்லாத பட்டிமன்றம்

கருப்புக்கு
அந்த 'ர' வா? இந்த 'ற' வா?
என்று ஒரு பட்டிமன்றத்தை
மனசுக்குள் நிகழ்த்தியபடியே
சாய்வு நாற்காலியில்
சுருண்டு கிடந்தேன்.

இரவு நேரம்
கொட்டாவி வருகிறது, தூக்கம் வரவில்லை
கையில் கிடைத்த பத்திரிகையைச் சுருட்டி
வாயோடு சேர்த்துக் கொட்டாவியை
ஒரு மொத்து மொத்திவிட்டுத்
தற்செயலாகப் புத்தக அலமாரியைப்
பார்த்துத் திடுக்கிட்டேன்

பெரிய புராணத்திற்குப் பக்கத்தில்
சைவசித்தாந்தத் திருநெறி உரை மேல்
கருந்தேள் ஒன்று படுத்திருந்தது

கொல்லாமை சொல்லும் திருக்குறள்
மேல் வரிசையில் அமர்ந்திருந்தது
அலமாரியின் கண்ணாடிக் கதவை
இறுகச் சாத்தினேன்

தேள் கொடுக்கு கனவில்
வந்து வந்து போனது
விடிந்ததும் நினைவு
தடியைத் தேடியது
ஓசைப்படாமல் அலமாரி திறந்து
சைவசித்தாந்தத்தின் மேல்
தடியை ஓங்கினேன்

அட… அது தேள் இல்லை
காய்ந்து போன பூச்சரம்
சரஸ்வதி பூசையில் மனைவி போட்டது!
வெட்கமாய்ப் போனது

புதிய பட்டிமன்றம்
எனக்குள் புகுந்தது
பூச்சரம் தேள் ஆனது
சைவசித்தாந்தத்தாலா?
இரவு நேரத்தாலா?
மூக்குக் கண்ணாடியாலா?

*

19.11.2020

சிற்பி

விடை தெரியாத கேள்விகள்

காண்பதற்கு யாரும் இல்லாதிருந்தால்
வானம் நீலமாய் இருக்குமா?
என்று ஒரு ஞானி கேட்டாராம்
நானும் கேட்பேன்:

கிணற்றுத் தண்ணீர்
கண்ணாடியாகுமானால்
வானத்து நட்சத்திரங்கள்
கீழே தெரியுமா?

சூரியன்
மறையாமல் இருக்குமானால்
இரவு பூமிக்கு அடியில்
போய் விடுமா?

மலைகளே உலகில்
இல்லாமல் போகுமானால்
நதிகள் எங்கிருந்து எப்படிப்
புறப்பட்டு வரும்?

நிலமெல்லாம் நீராகி
நீரெல்லாம் நிலமாகி விடுமானால்
என் வீட்டை எப்படிக் கண்டு பிடிப்பேன்?

திசுக்களிலிருந்து கருப்பை இல்லாமலே

குழந்தைகள் பிறக்கும் காலத்தில்
தாய் என்ற பாத்திரம் அழிந்து போகுமா?

அப்படி நேர்ந்தால்
ஆண்-பெண் வேறுபாடு தொலைந்து போகுமா?
பால் உறுப்புகள் என்னவாகும்?
பூமி என்ற அழகான கிரகத்தில்
மனிதப் பிராணி காணாமல் போகுமோ?

மயில் தோகையாய் சிலிர்க்கும் தென்னை
வாலாட்டிக் குருவி
வெண்முகிலைக் கரைத்து வரும் அருவி
மௌனத்தைக் கம்பீரமாய்க் குலைக்கும் செம்போத்து
ஓட்டுக்குள் தவம் செய்யும் ஆமை
கூட்டுக்குள் குடும்பம் நடத்தும் குருவி
வனத்தின் அடர்த்தியான யானை
பச்சைப் புழு
வர்ணங்கள் சிதறும் மீன் கொத்தி...

மனிதன் அற்ற இடத்தில்
இவற்றுக்கெல்லாம் பொருள் என்ன?

*

20.11.2020

சிற்ப அற்புதம்

கருவறையின் விளக்கு வெளிச்சத்தில்
நிழல்கள் உயிர் கொண்டு
ஒளியின் தாளத்துக்கு நர்த்தனம் நிகழ்த்தும்
பார்வையாளர் அற்ற நள்ளிரவு
இல்லை-இருட்டே பார்வையாளரான நள்ளிரவு

அடவு அபிநயம் முத்திரைகளோடு
நிழல்களின் தில்லானா
சுவர்களின் மீது
வெளிச்சத் தூரிகை
அழித்து அழித்து
வரைந்து பார்க்கும்
நாட்டிய ஓவியங்களுக்கு
இன்னுமொரு பார்வையாளராக
ஒரு செப்புச் சிலை
ஆடல் வல்லான் சிலை
காலைத் தூக்கி ஆடும் சிலை!

கை நழுவும் காலம்

திசைகளில் சடைகள் விரிய
உடுக்கை அதிர
நெருப்புப் பொறி சிதற
ஊன்றிய பாதத்தில் நிலம் பதற
எடுத்த திருவடிச் சலங்கை குலுங்க
ஆறுதலுக்கு ஒரு கரம் நீள
அருளுதலுக்கு மறு கரம் தாழ
இதழ்களில் குறு நகை விளைய
இடையொரு நதியெனக் குழைய
இயக்கம் இயக்கம் இயக்கம்
இல்லை -இயக்கம் போன்ற மயக்கம்!

அண்ட கோடிகளின்
அசைவுகளை உறைய வைத்த சாகசம்
அனைத்துயிர்க் குலத்தின்
அசைவுகளை மௌனப்படுத்திய வித்தகம்
சொற்களை அழித்த
கவிதை போல் விளங்கும் தத்துவம்
மகா சிற்ப அற்புதம்
வடித்த மேதை யார் யார்?
யாருக்கும் தெரியாது
கலை தெய்வமான தருணம்
கலைஞன் நினைவிலி ஆனான்
அமர சிற்பமே
அவன் கையொப்பம்!

(புதுமைப்பித்தனுக்கு)

*

12.12.2020

தோல்வி

வான் பார்க்கும் மரத்தில்
கைக்கெட்டாக் கிளையில்
பிறைப் பிஞ்சு போல் ஒரு வெண் மலர்.

ஒரு சிவப்புப் புள்ளியை
மறைத்து வைத்திருக்கும்
சிறை போல் மூவிதழ்ப் பூ

இதற்கு என்ன பெயராக இருக்கும்?
நானே பெயர் வைத்தேன்
மகுடப் பூ

குழந்தையின் கனவுக்குத்
தூளி கட்டியதுபோல்
ஆடியது பூ!
எனக்குள் ஒரு தர்க்கம்
மலர் முழுமையாகக் கீழே விழுமா?
ஒவ்வொரு இதழாக உதிருமா?
புதிர்ப் போட்டியில்

ஒற்றை எழுத்து நிறைவுறாத
வெள்ளைக் கட்டம் போல்
என்னை உறுத்துப் பார்த்தது மலர்
என் தர்க்கம் தலைகுப்புற விழ
குனிந்த தலைநிமிராது
நடந்தேன் நான்

நடை நிறுத்தி
இன்னும் ஒரு முறை பார்த்தேன்
அது மலரில்லை
அடர் பச்சை இலை நடுவே
எட்டிப் பார்த்த
வெண்முகில் வானம்!

*

20.12.2020

சிற்பி

நகரில் நுழைந்த மயில்கள்

காலை நடைப்பயிற்சியின் போது
என் நகரத் தெருக்களில் பார்த்தேன்
மயில்கள் மயில்கள் மயில்கள்
மதில்கள் மீதும் மாடிகள் மீதும்....

காடுகள் போ போ என்றதா?
நகரங்கள் காடுகள் ஆனதா?
இங்கு என்ன இரை கிடைக்கும்?
எதற்கும் காசு வேண்டுமே!
நகைக் கடைக்கும் துணிக் கடைக்கும்
'மாடலாக' வந்ததோ?

பல் பொருள் அங்காடிகளில்
வேலை பார்க்க வந்ததோ?
நகரத்தின் பொலிவுக்கு
அவை தந்தது ஒன்றுமில்லை
காடுகள் தான் கவினிழந்து விட்டன
சரிகைகள் மினுக்கும் நகரில்

'எங்கள் கனவுகளைத்
தோகைகளாகச் சுமக்கிறீர்களே'
என்று எவரும் பேசுவதில்லை

வாகனங்களின் ஒலிப்பான்களன்றி
மயில்களோடு அகவி உரையாட
யாருக்கும் தெரியாது
அகவல் தெரிந்த கவிகளையும் காணோம்.
சிறுவர்களின் கல், தெரு நாய்க் கும்பல்
இவற்றுக்குத் தப்பினாலும்
தரையில் அரைத்து
சாலைகளுக்கு வர்ணம் தீட்டப்

பேருந்துகளும் சரக்குந்துகளும்
வரிசை கட்டிக் காத்திருக்கின்றன
திசைதப்பி வந்த மயில்களே
உங்கள் சொந்த வனம் சேருங்கள்
தப்பி வரும் மயில்களுக்கு
நந்தவனம் அல்ல நகரம்!

*

01.01.2021

தமிழ் செய்த மாயம்

வேதங்கள் சலிப்பூட்டும் ஒற்றைப் பேரோசையில்
தண்டவாளத்தில் உராயும்
ரயிலின் சக்கரங்களை நினைப்பூட்டுகின்றன
பண்ணோடு இசைந்த பக்திப் பாடல்கள்
பரிதி கசிந்த பள்ளத்தாக்கில்
கண்ணுக்குத் தெரியாத காற்றின் மேனியில்
நிறங்களைத் தீற்றி விட்டுப் போகும்
வண்ணத்துப் பூச்சிகளின் சிறகடிப்பாகின்றன

அன்றைக்கு
ஆலய மண்டபத்தின் யானைப் படிக்கட்டில்
காற்றை ரசித்திருந்தேன்
உள்ளே மனைவிக்கு ‘சுவாமி தரிசனம்’
ஆயிரம் தச்சர்களின் உளியோசை
ஒன்றானது போல்
காற்சலங்கைகள் குலுங்கின
‘வள்ளிக் கணவன் பேரை
வழிப்போக்கர் சொன்னாலுமே
உள்ளம் குழையுதடி
உன்மத்தம் ஆகுதடி.’
சின்ன நதியானது ஒரு குரல்...

மக்கள் மொழி மனதைக் கிறங்க வைக்கச்
சலங்கை, ‘தன்னத் தனன னான’ எனக்
குலுங்கலானது...
அரங்கில் ஒருத்தி
அசையும் வெள்ளிக் குத்து விளக்காகிறாள்

பாடல் இன்னொரு
கோலாகலக் கோலம் கொள்கிறது

காதலின் உக்கிரம் பொங்குமாங்கடலாகிறது
'மாடு மனை போனால்என்ன?
மக்கள் சுற்றம்போனால் என்ன?
கோடி செம்பொன் போனால் என்ன?
குறு நகை போதுமடி'
தன் மறுப்பில் நிமிர்கிறது தலை
அகல விரிகிறது கை
ஆலவட்டம் சுற்றும் பாவாடையின் கீழ்
தகதகவெனக் கால்கள் பம்பரமாகின்றன
குறுநகை போதும் போதுமென்று
என் உதடும் அலை பாய்கிறது

மனைவி அழைப்பில் நிதானத்துக்கு வருகிறேன்
நாட்டியம் வெறும் மனப் பிரமை!
மண்டபத்துத் தூண் ஒன்றின் கீழ்
பார்வையற்ற ஒருத்தி திரும்பத் திரும்பப்
பாடுகிறாள்: 'குறுநகை போதுமடி......'
நாட்டியம் நிகழ்ந்தது
நான் என்னை மறந்தது
எல்லாம் தமிழ் செய்த மாயம்...

*

28.01.21

அயலகம் செல்கிறாள் ஆதிரை

பட்டப் பகலிலும்
இருட்டாகிப் போனது வீடு
இனி இரவு எப்படி இருக்குமோ?
ஒற்றைக் கிளி
இளஞ்சிறகு முளைத்ததனால்
கிளை துறந்து போக
இலைகள் இருந்துமென்ன
மொட்டை மரம் நிற்கிறது

கை தவறி
வைரம் போய்க்
கடலில் விழுந்துவிடச்
செப்பெடுத்துக்
கடல் குறைக்கும்
செயல் பார்த்துப்
பேராழி நகைக்கிறது

கால் உடைந்த பொம்மைக்குக்
கண்ணீர் துடைப்பார் யார்?
சின்ன அடுப்புகளில்
பொய்யாகத் தீ மூட்டிச்
சிறு சோறு சமைப்பார் யார்?

‘அகர முதல’ என்று
குறள் மழலை மொழிவார் யார்?
போலிச் சினம் காட்டி
பிஞ்சு விரல் நீட்டி
ஆக்கினைகள் செய்ய
உதடு சுழிப்பார் யார்?
ஒரு கடலை தின்பதற்குள்

கிண்ணத்தை விட்டெறிந்து
வீடு முச்சூடும்
வீசிக் களிப்பது யார்?
பட்டுப் பாவாடை கட்டும்
பரவசத்தில் மெய்ம்மறந்து
தாவி நடந்து
தடுமாறி விழுவது யார்?

கோயில் என்று சொல்லிவிட்டால்
கும்பிட்ட கரங்களுடன்
கடவுளுடன் உரையாடும்
பாவனையைக் காட்டுவார் யார்?
மதலை மொழியில்
பெயர் சொல்லி அழைத்துப்
பித்தேற வைப்பவர் யார்?

திரும்பி வரும் வரைக்கும்
என்னுடைய ஆன்மாவில் சற்றே
ஆடி விளையாடி இரு.

*

04.02.21.

கொள்ளுப் பேத்தி ஆதிரை பெற்றோருடன் வசிக்க இங்கிலாந்துக்குப் புறப்பட்டாள். அவளை வழியனுப்பிவிட்டு மனதை இலேசாக்கிக் கொள்கிறேன்.

இடிகிறது ஓர் உணவகம்

முற்றி முதிர்ந்து வீழ்ந்த ஞானி போல்
இற்று விழுந்து கொண்டிருந்தது
எழுபதாண்டுகள் முன்
எங்கள் ஊரின்
ராட்சசப் பசி தீர்த்த
ராமையர் ‘மாடர்ன் கபே’

அகன்ற முகத்தில்
தீற்றிய சந்தனப் பொட்டின் மேல்
முற்றுப் புள்ளி போல் குங்குமம் துலங்க
கருங்கல் விக்கிரகமாய் ராமையர் கல்லாவில் வீற்றிருக்க
அவர் வளமான குடுமியின் மேல்
ரவிவர்மா தெய்வங்கள்
சுவர் மேலிருந்தபடி ஆசி கூறிய
வரலாற்று வைபவம்
காலத்தின் கண்பட்டு
பொக்லெய்ன் யந்திரத்தால்
புழுதியாய் உருமாறும்

காபித் தம்ளர்களின் தாளம் கலகலக்க
‘மூணு மசால் தோசேய்ய்..’ என
அம்பி அய்யர் ஆலாபனை ஒலிக்க
அடுப்பில் தோசைக் கல்லில்
வீசப்பட்ட நீர்த்துளிகள் மோர்சிங் வாசிக்க
ஆண்டுகள் பலவாய் நிகழ்ந்த
அறுசுவை ஆனந்த சங்கீதம்
நிரந்தரமாய் விடை பெற்றுப் போனது

தங்கத் துகள்களை
நெய்யில் கலந்து செய்த

மைசூர்ப்பாகு
அடுக்கி அழகு செய்திருந்த இடத்தில்
பாளம்பாளமாய் உடைந்த செங்கற்கள்!

ஒற்றைக் கண் உழுந்து வடையும்
பாற்கடல் பரந்தாமனாய்
கறிவேப்பிலை மிதக்க
அன்னப் பறவையாய்
அலை பாயும் தயிர் வடையும்
கவிதையைத் தோற்கடித்த கார வடையும்
சுவை அரும்புகளை அறைகூவும்
அதிரடி ராணுவமாய் அணி வகுத்த தாழ்வாரம்
விட்டம் உடைந்து விரிசல் விட்ட பரிதாபம்!

தலைமுறைகள் பலவற்றை
ஊட்டி வளர்த்த தாய் வீடு
உயிரில் ஊறிய சுவையின் அரண்மனை
தலை கீழாய் விழுகிறதே....
மௌனமாய்த் திரும்பினேன்
சிதைந்து விழும் கட்டடத்திலிருந்து
அவசரமாய் யாரோ ஓடுகின்ற ஓசை...
ஓ... ஒரு கருப்புப் பூனை!
முறிந்து விழும் கட்டடத்தின் ஆன்மாவா?

*

02.03.21

அனுபவம்

காத்திருத்தல்
எங்கும் எப்போதும்
நரகம்

தாமதமாகும் ரயில்
இழுத்துக் களைக்க வைக்கும் காதல்
தேர்வு / தேர்தல் முடிவு
கொடை நீட்டிக்கும் வள்ளலின் முற்றம்
பருவ மழை
பரிசு அறிவிப்பு
பிள்ளைப் பேறு
பதவி உயர்வு
பெரியமனிதர் தரிசனம்

முதுமைக் கடிகாரத்தில்
மரண முள் நகர்வு
மூன்றாம் பிறை
எதிரியின் எழ முடியாத வீழ்ச்சி

கவிதையின் முதல் சொல்
ஏழையின் பசிக்கு இன்னும் ஒரு நாள்

வாக்குப்பொறுக்கிகள்
வாக்களிக்கும் சொர்க்கம்
இன்னுமொரு மகாத்மாவின் வருகை
சாதியை அறவே களைந்த சமுதாயம்
கற்கள் ரொட்டிகள் ஆகும் காலம்
கொரானா தொற்றின் கடைசி நாள்
தேனிலவுக்கு முந்திய நாள்
தூக்கம் வராத இரவொன்றின்
விடியல் நொடிகள்
குதிரையின் குளம்படியோசைக்கு
சாளர நிழலாய்க் காத்திருக்கும் இளவரசி
மகத்தான கவிதை வரிகளை ஏந்தி
பரண்களில் காத்திருக்கும் சுவடி
மழலையின் முதல் நாள் பள்ளி
இளம் எழுத்து எதிர்நோக்கும் பாராட்டு
பனி முகட்டில் நள்ளிரவில்
பகை நகர்வு பார்க்கும் வீரன்
நீண்டு கொண்டே போகும்
இந்தக் கவிதையின் கடைசி வரி
காத்திருத்தல்
எங்கும் எப்போதும்
நரகம்!

*

07.03.21

பிரளயம்

விசிறித் திமிறும் கிரணங்களின்
வெளிச்சத்தில் பாழடைந்து
பார்வை பறி போக
அந்தரத்தில் அலை பாய்கிறேன்
அச்சத்தைப் போர்வையெனக்
களைந்தெறிகிறேன்....

முதுமை
சாபமல்ல
முழுகி மூச்சுப் பிடித்து
மோதி முயன்று
உந்தியெழுந்து
உயிர்த்துக் கொள்கிற
அனுபவப் பிரளயம்.

*

14.03.2021

மஞ்சள் தொண்டைச் சிட்டு
Yellow Throated Sparrow

என் வீட்டு மாடியின்
அலங்காரக் கம்பி மீது
மற்றொரு அலங்காரமாக
அமர்ந்திருக்கிறது
பேரழகின் ஒரு சொட்டு
சின்னஞ்சிறுசிட்டு!

சாம்பலும் பழுப்புமான முதுகில்
சில வெள்ளி ரேகைகள்
இளகிய தங்கம் இழைவது போன்ற
மஞ்சள் தொண்டை
குழந்தையின் கன்னத்தில்
அம்மா வைக்கிற திருஷ்டிப் பொட்டென
மினுங்கும் கண்கள்
என் எழுதுகோல் நிகர்த்த
கூர் முனை அலகு

அலகில்லா வான் நெடும் பரப்பை
அளக்குமோ இந்தச் சின்னச் சிறகுகள்?
என நான் அதிசயப்படுகையில்
என்னை ஏளனம் புரிந்து
ஆதியில் ஆதியான நீலாகாசத்தில்
புள்ளியாய்க் கரைந்தது
மஞ்சள் தொண்டைச் சிட்டு

சரேலென ஒரு மின்னல்
எனக்குள் பாய்ந்தது
சலீம் அலி என்றொரு சிறுவனைச்
சரித்திரமாக்கியது
ஒரு மஞ்சள் சிட்டுக் குருவியின்
உயிரற்ற உடல் அல்லவா?

*

20.03.21 - World Sparrow Day

உலகக் கவிதை நாள் சிந்தனைகள்

போன்சாய் மரங்களும்
ஹைக்கூக் கவிதைகளும்
ஒரே தேசத்தின் படைப்புக்கள்

சிறுமையில் பெருமை
கைப் பிடிக் கனவு
துளியில் கடல்
நொடியில் யுகம்
ஹைக்கூக் கவிதை

ஆனால்
என்ன தான் இறகு
பறவையின் கதை சொன்னாலும்
இறகு பறவையாகுமா?
நகம் மனிதனாகுமா?

•

சிற்பி

அவர் எங்கே அம்மா?
கவிஞரின் மனைவி சொன்னார்:
அதோ அந்த ரூம்லே
குப்பை கொட்டிக்கிட்டிருக்கிறாரு...
கவிதைக்குக் குப்பை
என்றும் பெயர் இருப்பதை
அறிந்து கொண்டார்கள்
கவிஞரின் நண்பர்கள் !

●

சாட் ஜிபிடி
கேட்டதற்கெல்லாம்
கவிதை கொட்டுகிறது
மேசைக் கணினி தரும்
நேசக் கவிதை
மடிக் கணினியில்
மலரும் கவிதை
அவ்வளவு ஏன்?
கவிஞர்களுக்கே
கைபேசிகள் தரும்
இரவல் கவிதை

நிறம் மாறும்
ஓந்தி போல்
கணினிக்கு
இடம் மாறும் கவிதை
பாரதி கவிதைப் புத்தகத்தை
இறுகப் பற்றிக் கொள்கிறேன்
பயத்தைப் போக்க!

*

world poetry Day (21 March 21)

பார்வை நேரம்

மருத்துவ மனையின்
வரவேற்பு அறையில்
பதிவுக்கான வாய்ப்பைப் பார்த்து
செவிலியின் கண்டிப்பில் இரத்த அழுத்தம் பார்த்து
நாடித் துடிப்பைப் பார்த்து
இரத்தப் பரிசோதனைத் துறையில்
பட்டினிச் சர்க்கரை பார்த்து
மீண்டும் உணவுக்குப் பின்
இன்னொரு சர்க்கரை பார்த்து
கொழுப்புப் பார்த்து
சிறு நீரில் பல கோளாறுகள் பார்த்து
ஓடும் யந்திரத்தில் நடந்து பார்த்து
இசிஜி /எக்கோ பார்த்து
மருத்துவரைப் பார்க்கும்
வரிசையைத் திகைப்புடன் பார்த்து
நொந்த முகம், தளர்ந்த உடல்,
களைத்த கண்கள், அலுத்த இருப்பு என
பருத்த இளைத்த நோயாளிகளின்

முடிவில்லாத் துயரச் சங்கிலி பார்த்து
இன்று நம் மருத்துவரைப்
பார்ப்போமா என்று அமரும் வேளை

ஜன்னலுக்கு வெளியே
அடர்ந்த முள்ளுக்கு நடுவே எட்டிப் பார்க்கும்
ஒரு சிவப்பு ரோஜா
ஆறுதலாய்.

*

31.03.21

ஒரு கலைஞனின் மரணம்

ஆயிரமாயிரம் வார்த்தைகள்
அந்த வாசலில் சிதறிக் கிடந்தன
கலைஞர்களின் தேம்பல் வார்த்தைகள்
கவிஞர்களின் சாம்பல் வார்த்தைகள்
அரசியல்வாதிகளின் ஆயத்த வார்த்தைகள்
அலை பாய்ந்த மக்கள் கண்ணீர் வார்த்தைகள்

இந்த நெரிசலில் சற்றும் படாமல்
ஊருக்கு ஊர் அவன்
நட்டு வளர்த்த பச்சைப் பிள்ளைகள்
கிளைகளோடு கிளைகள் பின்னி
வானம் நோக்கித் தளிர் இலை நீட்டி
அடர் மௌனத்தில் அழுத அழுகை
கேட்டிருப்பானா அவன்?

*

கலைஞர் விவேக்குக்கு அஞ்சலி (17.04.21)

எனக்குள் இருக்கும் இசை

இசை குறித்து
'அ'னா 'ஆ'வன்னா
தெரியாது எனக்கு...
ஆனால் அறிந்திருக்கிறேன்
மழலை ஒன்று
மயிலிறகால் இதயத்தை வருடுவதென
தனத்தின் வீணை

அருவிகள் தொட்டில் கட்டும்
குற்றாலத்தில்
சாரல் நுண் துளித் தூவலாய்
உயிரைச் சிலிர்க்க வைக்கும்
மாலியின் புல்லாங்குழல்

முகம் பார்க்கும் கண்ணாடி வானத்தில்
அன்னத்தின் தூவி ஒன்று
மேலேறி மேலேறி
பால் வீதிகளில் பயணமானது போலும்
ஆயிரம் காதம் அகலே இருந்து
ஆதுரத்துடன் ஓர் அன்றில்
அழைப்பது போலும்
காருகுறிச்சியின் நாதசுரம்

கிளை விட்ட கிளிச் சிறகின்
அதிர்வலையில் தேன்
அடை கலைந்து மடை திறந்ததென
சடையப்பன் செந்நெற் களஞ்சியம்
அடையா நெடுங்கதவு
அகலத் திறந்ததென
குங்கும ஒளி தகதகக்க அமுதுகுக்கும்

'காற்றினிலே வரும் கீதம்'

உதிர்ந்த மயில் பீலியை
அவசரமாய்த் தலையில் செருகிக்கொண்டு
முகிலின் கருமை மொண்டு பூசிக் கொண்டு
வெண்ணெய் விக்கிக் கொள்ள
அந்த மாட்டுக்காரப் பயலை
ஏன் ஏன் என்று கேட்க வைத்த
கோதையின் துள்ளும் மறி
'ஆழி மழைக் கண்ணா'

சித்தாந்தச்சாமி திருக் கோயிலில்
தாய் இடுப்பை விட்டுத்
தவழ்ந்து வரும் மழலையையும்
கோட்டுப் பெருமரத்தில் குந்தும் கிளியையும்
கண்டு குதூகலத்தில் களியாட்டமிட்டு
பொன்னை உருக்கிய குரலில்
மின்னலை உதிர்த்தானே அந்தக்
கள்ளையும் தீயையும் கலக்கிய கவியின்
'சின்னஞ் சிறு கிளியே'

இதுக்கு மேல் எனக்கு
இசை தெரியாது சத்தியம்!

*

19.04.21

சிற்பி

அப்பா

ஆண்மையின் வடிவென ஆறடி உயரம்
எனக்குத் தெரிந்த துணிவின் இமயம்

சின்னக் குடிசையில் வாழ்ந்த காலத்திலும்
சிற்றூர் ஏழைகள் கற்பகத் தரு
பூசை அறையில் பூவும் பொட்டும்
வைத்தலங் கரிக்க ஒரு மணி ஆகும்.
எல்லையற்ற இசைப் பிரியர் ஆனதால்
திருப்புகழ் தேவாரம் மணந்து கொண்டிருக்கும்!

காலையில் வைக்கும் சந்தனப் பொட்டு
கருக்கழியாமல் மாலையிலும் நெற்றி நட்சத்திரமாகும்
எந்தச் சபையிலும் நாயகமானவர்
கற்றது கிறுக்கல் கையெழுத்து மட்டும்...

துவட்டிப் போட்ட அவர் துண்டின் வாசனை
எனக்குப் பிடித்த இனிய நறுமணம்
தழுவி என்னை அணைத்ததே இல்லை
ஓங்கி அடித்ததும் ஒரே ஒரு முறை மட்டுமே

பாராட்டு நீராட்டு நடந்தது இல்லை
பாசத்தைப் புறத்தே காட்டியதில்லை
ஆயினும்
உழைப்பை எனக்கு வாழ்ந்து காட்டினார்
உரையாடல் நாகரிகம் பேச்சால் உணர்த்தினார்
உண்ணும் பண்பாட்டை உடனிருந்து பழக்கினார்
நல்லோரை மதிக்க நடந்து கற்பித்தார்
ஒரு பல்கலைக் கழகம் சொல்லித் தராததை
குறிப்பால் பாடமாய் விளக்கிய ஆசான் என் அப்பா
காற்றில் கலந்து பல்லாண்டானது
இப்போதும் அவரைநினைத்தால் எனக்குள்
அச்சம் வந்து அமர்ந்துகொள்கிறது
எங்கிருந்தாலும் வணக்கம் அப்பா!

*

20.06.2021

சிற்பி

மறைபொருள்

எதற்குள் எது இருக்கக் கூடுமென்று
எவரால் கணிக்க முடியும்?

சின்னக் குழந்தையின் சிலேட்டுக் குச்சிக்குள்
உச்ச நீதிமன்றத் தீர்ப்புக்கள்
கற்றாழைச் சோற்றுக்குள்
கண்ணாடி செய்யும் ரகசியங்கள்

தூரங்களை அளக்கும் ஆசிரியரின்
அடிவானம் துழாவும் பார்வையில்
ஐன்ஸ்டைன்களைச் செதுக்கும் நுட்பங்கள்

மாமல்லபுரத்து அருச்சுனன் தவத்தை
கர்ம சிரத்தையோடு
கல்லில் வகிர்ந்த கலைஞனுக்குள்
தலைமுறைகள் சிரிக்க பூனை தவம் செய்யும்
நகைச்சுவைக் கீற்று

நம்பிப் படிக்கும் சில நாளிதழ்களின்
பத்திரிகை மூளைக்குள்
'சோறு போடும் நாட்டைக்
கூறு போட'ப் பதுங்கும்
வக்கிர வஞ்சனை முட் புதர்கள்

பவுர்ணமியைப் பழிக்கும்
வெள்ளுடைச் சாணக்கியர்களின்
சத்திய நயாகரா உதடுகளின் மேல்
நரை பின்னிய மீசை வேர்களில்
யுகாந்தரங்களாய் அப்பிக் கிடக்கும்
பொய்மை அழுக்கு

எதற்குள் எது இருக்கக் கூடுமென
எவரால் கணிக்க முடியும்?

*

16.07.21

மாயக் குதிரை

மாயக் குதிரை ஊர்வலம் வருகிறது
மக்களுக்கெல்லாம் எச்சரிக்கை
நாயகன் என்று நாம்
நேசித்த கைபேசி
நமக்கே வில்லன் ஆகிறது

யாருடைய 'பெகாசஸ்' குதிரை
நமது தோட்டத்தில் மேய்ந்திடுமோ?
புல்லைத் தின்றால் பரவாயில்லை
நெல்லைத் தின்று கனைக்குமோ?

ரகசியங்கள் இனி காக்க முடியாது
கருவிகள் நினைத்தால் கக்கப் படலாம்
பகைவரை ராணுவம்
உளவு பார்ப்பது போல்
அரசே நம்மை வேவு பார்க்கலாம்

புதிய 'அசுவ மேதம்' புறப்படுகிறது
கடிவாளம் உள்ளவர்
காத்துக் கொள்ளலாம்
அந்தரங்கங்கள் இனிப்
புனிதமானவை அல்ல
அடிமாட்டு விலைக்கே அகப்படக் கூடும்!

*

22.07.21

நச்சுப் பரம்பரை

ஒவ்வொரு காலத்திலும்
ஏதேனும் ஒரு
நச்சுப் பாம்புடன் வாழ்வது
எனக்கு வாழ்வின் விதியாயிற்று.

'அஞ்சுவதும் இல்லை
அஞ்ச வருவதுமில்லை'
என்றிருந்தாலும்
கழுத்தைச் சுற்றவும்
காலைச் சுற்றவும்
படத்தை விரித்துப்
பயங் காட்டவும்
நிழல் சாகசங்கள் நிகழவே செய்தன

செவிடுகள் அவையெனத்
தெரிந்திருந்ததால்
மகுடிகள் வாசிக்க
விரும்பியதில்லை நான்.

கூடையில் அடைத்துப் போடலாமென்றால்
பாம்புகள் மேய்க்கும்
பிடாரனும் இல்லை நான்.

நேராய் நடப்பது என் சுபாவம்
நெளிவதும் வளைவதும்
அவற்றின் இயற்கை;
ஐயோ பாவம்!

புற்றுகள் வளர்ந்து
கூப்பிடும் போது
புதர்களில் ரகசியம் மண்டும் போது
நாகங்கள் விரும்பி நகரக் கூடும்
அதுவரை...
தொல்லையென்றாலும்
என்னுடனேயே இருந்து தொலையட்டும்
ஏதேன் தோட்டத்துச்
சாத்தான் பரம்பரை!

*

08.08.21

இயந்திர மனிதர்கள்

'என்ன இருந்தாலும் ஒரே ரத்தமில்லையா?'
'தானாடாவிட்டாலும் தன் தசை ஆடுமே'
இந்தப் பழமொழிகள்
காலாவதியாகும் காலம் நெருங்கிற்று

மனிதப் பிரசவங்கள்
மாமல்லைச் சிற்பங்கள் போல்
சரித்திரத்தின் தாழ்வாரத்தில்
காட்சிப் பொருளாகும் கதை நிகழலானது

அதோ வருகிறான் கண்ணாடி மனிதன்
ரோபோக்களின் அடுத்த தலைமுறை!
இயந்திர மூளை
இதயம் இருக்கும் இடத்தில் மின்னணுப் பேழை
குருதி பாயும் குழாய்கள் இல்லை
மின் அலை துள்ளும் கம்பிகள் உண்டு

தூரம் அளக்கும் காந்தக் கண்கள்
கடுகி வழி கடக்கக் காலில் சக்கரம்
இதோ நெகிழி மனிதன்
இறக்கை இல்லாமலே பறக்க வல்லவன்
ஓடும் ஆற்றில் யாரது?
ஓயாது நீந்துகிறான் அலுமினிய மனிதன்
புதிய யுகமொன்றின் புரட்சியில்
நகலகம் பிரதியெடுத்த இயந்திர மனிதர்கள்!

நாடி நரம்பும் தசையும் ரத்தமும்
ஆன மனித ஊழி அஸ்தமித்துப் போனது
உணவும் உணர்வும் அவசியம் அற்றது
ஊரெல்லாம் பட்டறை; பொம்மைகள் பெற்றது!
நிறுவப்பட்டது இயந்திர சர்வாதிகாரம்
கன இயந்திரங்கள் கடவுளாய் ஆனது

காதல் கனிவு கருணை இரக்கம் எல்லாம்
அகராதி விட்டு அகற்றப்பட்டன
அழிப்பார் இல்லாமையால் காடு பெருத்தது
வானம் இடறிற்று; மழை வலுத்தது;
எங்கும் விலங்குகள்! எங்கும் பூச்சிகள்
ஆரண்யமானது நாடாளுமன்றம்!
ஒவ்வொரு இயந்திர மனிதனும்
தனித்தனி நிறத்தில் தயாரிக்கப் பட்டதால்
புதிய வர்ணாசிரமம் புகுந்து கொண்டது
ஓயாது இயங்கும் பட்டறைகளால்
எங்கும் குவிந்தன பட்டறைக் குப்பைகள்
பூமி முழுதும் குப்பை மேடானது

போக்கும் வரவும் சாத்தியமின்றிப்
பொம்மை உலகம் தடுமாறியது
மூர்க்கம் கொண்ட இயற்கையும் செயற்கையும்
மூச்சுத் திணற வைத்தன பூமியை!
கடைசியாகக் கிடைத்த செய்தி:
இயந்திரக் கிழவர்கள் விவாதித்து விவாதித்து
ஒரு முடிவுக்கு வந்திருக்கிறார்களாம்...
"பழைய மனிதனை உயிர்ப்பித்தால் என்ன?"

*

08.08.21

யானைத் திருநாள்

கானகத்துப் பேருயிரே
கண்ணுக்குள் அடங்காத பெருமிதமே
கொம்பு சுமந்த குன்றமே
மத்தகத்துப் பேரெழிலே
திக்குகளைத் தாங்குவதாய்
திகைத்தவர்கள் கதைத்த கற்பனையே

ஆனை கட்டி
ஆனை மலை
ஆனைக் கா
நீ அலைந்த அடர் வனங்கள்

ஆனைக் காரை(ஓதிய மரம்)
ஆனைக் கால் மூலி (யானையடி இலை)
ஆனைக் கால் வணங்கி(பெரு நெருஞ்சி)
ஆனைக் கொம்பன்(அரிசி, வாழை)
ஆனைத் தும்பை
ஆனைநொச்சி
ஆனை வசம்பு
ஆனை வணங்கி
உன் பெயர் சுமந்த தாவரங்கள்

அத்தி, வேழம், பிடி, களிறு,
கம்ப மா, களபம், கறையடி,
பகடு, தும்பி, நால்வாய், மாதங்கம்,
கைம்மா, கரி..., வாரணம்...
உனக்கு ஆயிரம் திரு நாமங்கள்!

சுட்டித் தலையும் அகலக் காதுமாய்
அலையும் ஆப்பிரிக்க யானை

காடுகளின் சூறாவளியாக இருக்கலாம்
ஆனால் எமது வன நாயகனே
கவிதையில் கம்பன் போல்
நீ தான் கம்பீரத்தில் கொம்பன்
நீ பிளிறும்போது காடுகள் கொந்தளிக்கும்
மா மலைகளின் ஆணிவேர்கள் தத்தளிக்கும்
காட்டாறுகள் கருக் கலையும்

ஆனாலும்... ஆலயங்களிலும் கடைத்தெருவிலும்
பாப்பாக்களின் குதூகலமாய் இருந்தாலும்
நீ ஆண்டிக் கோலத்தில் கை நீட்டுகிறாயே
காடுகளை அவமானப்படுத்துகிறாயே

உன்னைச் சிவனுக்கு மகனாக
நாங்கள் சித்திரித்தது
ஆதி மனிதனின் தோழன் நீ என்பதால் தான்
வனங்களின் பிரளயமே, வா
உன் துதிக்கை மேகங்களைக் கிழிக்கட்டும்
சங்கிலிகள் தெறிக்கட்டும்
தந்தங்கள் மின்னல்கள் சிதறட்டும்
உன் சீற்றம் எம் பால பாடமாகட்டும், வா.

*

12.08.21

இரவுப் பயணிகள்

மூட்டை முடிச்சுகள் போல்
புகைவண்டி நடை மேடைகளிலும்
தேங்கும் நிழல்கள் போல்
பேருந்து நிலையங்களிலும்
காத்துக் கிடக்கிறார்கள்
இரவுப்பயணிகள்

குளிருக்கு முக்காடு போட்டு
குந்தி அமர்ந்திருக்கும் முதியவள்
இழந்த சகோதரிக்குத்
துக்கம் விசாரிக்க இரவில் புறப்பட்டவள்

தூக்கமும் விழிப்புமாகத்
தடுமாறும் இளைஞன்
காலை நேர்முக நேரம் குறித்த
கவலையில் நனைந்தவன்

விரல்சூப்பும் மழலையை
உறங்கவைக்க நடமாடுகிறவள்
கணவனிடம் கோபித்துப் புறப்பட்ட மனைவி

அப்புறம் பக்தர்கள்... வணிகர்கள்...
தப்பியோடும் காதலர்கள்...
கூடவே தூங்கும் சொறி நாய்கள்
தூக்கம் பிடிக்காத கொசுக்கள்...
பேருந்து நிலையம் கல்லறை போலவும்
ரயில் நிலையம் பிண அறை போலவும்
உரு மாறுகின்றன

பேருந்தின் முக வெளிச்சம் காணாமல்
புகை வண்டியின் சீழ்க்கையும் கேட்காமல்
நின்றும் இருந்தும் கிடந்தும்
தவமிருக்கும் பரிதாபங்களை
வாரிப் போர்த்துக் கொள்ளும் தாய் இருட்டு

*

20.08.21

நினைவுக்கு வருகிறான் ஆஸ்கார் ஒயில்டு

புழுதிப் புயல் வீசும் நாற்சந்தி
அனுமன் கடல் தாவும் காட்சி போல்
முயன்றும் கடக்க முடியாத சாக்கடை
பக்கம் முழுவதும் கறிக்கடை, உரக்கடை
மரக்கடை, பொரிக்கடை, மதுக் கடை
விறகுக் கடை, தரகுக் கடை
மூச்சுத் திணறவைக்கும் இவை நடுவே
முள்ளுப் புதரில் ஒரு பூ மலர்ந்தது போல்
சித்திர வித்தக நண்பரின் புகைப்படக் கூடம்

கண்களை விற்பனைக்குக் கேட்கும்
ஓவிய விற்பன்னரின் லூவர் மாளிகை
அடிக்கடி நான் செல்லும் கலையகம்
கை வண்ணம் கமழுகின்ற பென்சில் வரைபடங்கள்
தைல வண்ண வடிவழகுப் படைப்புக்கள்
நீர் வண்ண இயற்கை ஓவியங்கள்
நேர்த்தியில் வார்த்த புகைப் படங்கள்
அவற்றின் நிழல் மடியில் லயித்திருப்பேன்

அங்கே ஓர் இளைஞரின் படம்
அழகின் உயிர் ரகசியங்கள் உறைந்த இடம்
வைத்த கண் வாங்காமல் பார்த்திருப்பேன்
ஆவியைச் சுருட்டி இழுக்கும் சுருள் முடி,
குறு முறுவல், செக்கச் சிவந்த நிறம்,

செதுக்கிய மூக்கு, நறுக்கிய மீசை
ஒளி ஊஞ்சலாடும் கரு விழிகள்
மொத்தத்தில் மானுட எழிலின் மகத்துவம்!

காலில் சக்கரம் கட்டிய காலம்
கடந்து போனது
கண்களில் நான் சுமந்து திரிந்த அந்த மனிதனை
நேற்றுக் காண நேர்ந்தது
வற்றிய கிணறு நிகர்த்த விழிகள்
வாழைப் பூவெனக் கருத்து வாடிய கன்னம்
வழுக்கை சிம்மாசனமிட்ட தலை
அழிகிற புதராய் வழிகிற மீசை
நெசவு செய்யாத தறியென
முகம் முழுக்க நரை முடி
முற்றுகையிட்ட முதுமை
குரூரமாய்த் தீட்டிய கேலிச் சித்திரம்
அய்யோ அவனா இவன்?

அதிர்ந்து போன மனதுள் விரிந்தது
ஆஸ்கார் வைல்டின் அமரப் படைப்பு
The Picture of Dorian Gray

*

01.09.2021

குப்பை வண்டி

வாய்க்குள்
வக்கிரத்தை வைத்திருப்பது
நண்பன் ஒருவனுக்குக் கோதுமை அல்வா
குறும்பு செய்யும்
குழந்தையைக் கூட
'சீச்சீ கழுதை ' என்பான்

திக்கு வாய்க்காரரைக்
கண்டால்
'Breaking News' என்று
பெரிதாய்ச் சிரிப்பான்

ஏழ்மையில் அழுந்தி
எளிய உடை தரித்தவரை
'அழுக்குச் சாமி'யாய்க்
கமுக்கமாய்ச் சொல்வான்

கருப்பு நிறப் பெண்ணை
'Black Bird' என்றும்

அழகு குறைந்தவளை
'ஈயம் பித்தளை' என்றும்
காதைக் கடிப்பான்

பாடம் கற்பித்த
பள்ளி ஆசிரியரைத்
'தகர டப்பா' என்பான்
பிறவி ஊனமாய் விந்தி நடப்பவரை
'கால் தூக்குற கணக்குப் பிள்ளை'
என ஏளனம் புரிவான்

உறுப்புக் குறைபாட்டைக்
கேலி செய்வது
அருவருப்பின் உச்சம்

அவனுக்கும் ஒரு
பெயர் வைத்தான்
இன்னொரு நண்பன்
'நகராட்சிக் குப்பை வண்டி'
சின்னத் திருத்தம் சொன்னேன்:
'மாநகராட்சிக் குப்பை வண்டி'

*

11.09.21

காக்கா அக்கா

நீலச் சேலையுடுத்தி
நெற்றியில் சாந்துப் பொட்டு வைத்து
தோளில் தொங்கும் பை
ஊஞ்சலாடத் தெரு முனையில் அவள் வரும்போது
வீதியையே துயிலெழுப்பும்
பறவைகளின் ஆரவாரம்

தேய்த்துத் துலக்கிய
பித்தளைப் பாத்திரம் போல்
பகல் பளபளக்கு முன்
நிகழ்ந்து விடும் அவள் வருகை

அடர்ந்த புதர் நடுவே
மறைந்திருக்கும் குட்டிப் பாலம்
நெருங்க நெருங்கப்
படபடக்கும் சிறகுகள்
பக்கத்து மரங்களில்
குந்தியிருக்கும் இருளின் துணுக்குகள்
காக்கைகள்

பாலத்தின் மீது
பரப்புவாள் தின்பண்டங்களை
பரபரக்கும் காக்கைகள்
'என்னாத்துக்கு இந்த அவசரம்'

சிற்பி

என்பாள் சாவகாசமாக
குறுக்கே பாயும் ஒரு காக்கை
'பொறுடா கருப்பா' என்பாள்
சிறகால் மோதும் ஒரு பறவை
'செத்த இருடி கருவாச்சி'
என்று கடிந்து கொள்வாள்
அலகை நீட்டும் ஒரு குஞ்சு
'குட்டிப் பயலே உனக்கில்லாமலா'
என்று செல்லம் கொஞ்சுவாள்
அது அவள் குடும்பம்

சற்று நேரத்துக்குள்
ஒரு கருமைப் புரட்சி
கொந்தளித்தடங்கும்

காக்கை மொழி பேசி
காக்கை விருந்து நடத்தும்
காக்கா அக்கா
படித்ததில்லை
வள்ளலாரை
கேட்டதில்லை
ஏசுவின் வாசகம்...

*

04.11.21

நீலத் துண்டு

'சாயம் போன
இந்தத் துண்டை விட்டா
வேறே கிடைக்கலையா?'
சலிப்புப் புராணத்தை
இப்படித் தொடங்குவாள் மனைவி

அது ஒரு வெளிறிய நீலத் துண்டு
சாயம் போயிருக்கலாம்
ஆனாலும் ஒரு
சரித்திரச் சான்று அது
அலசி அலசிப் போனது சாயம்
அப்படிக் கரையுமோ
இதயத்துள் உறைந்த நட்புக் காலம்?

பருவம் அரும்பும்
இளமையின் விடியற்காலத்தில்
சொற்களின் வனாந்தரங்களில்
பசித்த புலிகளாய் அலைந்தோம்

விடியல் ரேகைகளெனக்
கனவுப் பதிவுகளைக்
கவிதைகளாக்கித் திரிந்தோம்

இரவின் தோள்களில்
பாடல்களைத் தீப்
பந்தங்களாகத் தூக்கி நிமிர்ந்தோம்
அந்தரங்கங்கள் ஏது நமக்குள்?
இரட்டையர் என்றிட நடந்தோம்
முதன்முதலாக உனது புத்தகம்
முத்திரைப் பவுனாய் வெளிவந்த போது
நீ எனக்குப் போர்த்தினாய்
இந்த நீலத் துண்டு
உன் நிகரிலா அன்பின் கவசம் போல.

எதிர்ப்புகள் எத்தனை
களங்கள் எத்தனை
அத்தனைக்கும் அது கேடயமானது
இன்று நீ இல்லை
தனியனாய் நிற்கிறேன்
ஆயினும் என்ன?
உன் நீலத் துண்டு
கடைசி வரை என் காப்புக் கவசம்
இதை அறியாதவருக்கு
அது கசங்கிய துணி
எனக்கோ அது துணிவு.

*

10.11.21

செவத்தம்மா

மேட்டுக் கடைக்கு நான்
போகிற பொழுதெல்லாம்
ஒரு மெய்க்காப்பாளனாகத்
தொடர்ந்து வருவதும்
புங்க மரத்தடி வந்ததும்
விடை பெறுவதும்
அதன் வழக்கம்
அது எங்கள் தெரு நாய்

காய்ந்த ரொட்டி கூடத் தராத
என்னிடம் எப்படி அன்பு பூண்டது?
நன்றியால் செவத்தம்மா எனப்
பெயரிட்டது மட்டும் நான்

மடிந்த ஆலிலைக் காதுகள்
தோகை வால் சிவலை நிறம்
சிநேகம் கனிந்த கண்கள்
ஈரம் கசியும் மூக்கு நுனியில்

ஒரு செல்லச் சிவப்பு
தெரு நாயென்றாலும் ராணியின் கம்பீரம்

அடிக்கடி குட்டிகளை ஈனும்
அந்தத் தாய்மைக்குத் தெருவே மகிழும்
அந்தக் குட்டிச் சுட்டிகள்
காணாமல் போவதும் வாடிக்கை
அள்ளும் பூப்பந்துகளின் அழகு அப்படி

அதீத அன்பு சோகத்தில் முடிந்தது
அன்று நகராட்சி நாய் வண்டி
வேகத்தடைக்கு நின்று நகர்கையில்
கத்தியால் மனதைக் கீறியது ஓர் ஓலம்
நிமிர்ந்து பார்க்கையில்
வண்டியின் பின்புறம் வலைக்குள்
ஏக்கம் கசிந்த இரண்டு கண்கள்

எங்கள்
செவத்தம்மாவின் கண்கள்...

*

11.11.21

தாம்பத்தியம்

அரை அடி உயரச் சக்கர வண்டியில்
அவன் பரட்டையாய் அமர்ந்திருக்க
தெருத் தெருவாய்
இழுத்துப் போகிறாள்
அவள்

சூனியத்தை ஆழம் பார்க்கும்
பார்வையிழந்த கண்கள் அவனுக்கு.
கணவனா?காதலனா?
ஒப்பந்தக் கூலியா?
எவருக்கும் தெரியாது
'சூதானமா உக்காரு; குப்புற விழுந்து தொலைக்காதே'
எச்சரிப்பாள் அவள்.

புழுதித் தெருக்களில்
வாகனங்களை லாகவமாய்க் கடந்து
காலையில் கடைவீதி
மாலையில் திரையரங்கு

உச்சி வெயிலில் நேரு பூங்கா
உருளும் அவர்களின் சகடங்கள்

தெரு முனையில்
பூவரசு நிழலில் அவர்கள் குடியரசு
இரவுக் கஞ்சி குடித்ததும்
சாக்குப் படுக்கையில் கிடந்தபடி
'சீனீ' என்றவன் முனகுவான்
'தே சும்மா கிட' என்றபடி
நெருங்குவாள் அவள்
வெளிச்சம் மறந்த அவன் கண்களில்
வர்ண மத்தாப்புகள் பூக்கும் பொழுது
விலா நோக அலைந்த அவளின்
வேதனைகளுக்குக் காயகற்பமாய்
அவன் விளங்கிடும் நேரம்

பூவரச மரம் புனைந்த
இலைக் கூரையின் கீழ்
தாலி கட்டாத தாம்பத்தியத்தை
கோடிக் கண்கள் கொட்டாமல் பார்த்து
மோகித்து மயங்கும் வானம்

*

12.11.21

பெயர்ப் பலகை

சாலையோரத்தில்
கருத்தரிப்பு மையத்தின்
பெயர்ப் பலகை தாங்கும்
இரும்புக் கம்பத்தில்
கொட்டும் மழையின் உக்கிரத்தில்
பற்றிப் படர்ந்திருக்கும்
ஒரு பச்சைக் கொடி
அரும்புகள் ஒன்றும் காணோம்
நிச்சயம் பூக்கும்
என்பது நம்பிக்கை

*

வரலாறு சொல்கிறது

சொன்னார்கள்
அந்த மொழியில்
மரணம் என்ற சொல்லே இல்லையாம்
அடடா
அந்த நாட்டுக்குப் போய்விடலாமே
என்று நடந்து நடந்து
காடும் மலையும் கடந்து போனேன்
எல்லையைத் தொட்டதும்
அதிர்ந்து தொலைந்தேன்
அந்த மொழியின்
கடைசி மனிதன்
நேற்றுத் தான்
மரணித்துப் போய்விட்டானாம்

*

மறதி

மறதி
மனதின் இருண்ட கண்டம்
நினைவின் கல்லறை
சாவிகள் தொலைந்து போன
வீடு

நோயல்ல
பேச மறுக்கும் வாய்
பூப்பு நின்ற நந்தவனம்
வைத்த இடம்
தெரியாத புதையல்
நட்சத்திரங்கள் துடைக்கப்பட்ட வானம்

காலச் சாளரத்தை
மூடிப் புதைத்த புழுதி

திக்குத் தெரியாத
அடர்வனம்
திசைகளை விழுங்கிய

நெடும்பாலை

இறந்த காலக்
கைக்குட்டையை ஒளித்து
நிகழ் கால முயலின்
காதை இழுக்கும் மந்திரவாதி

சிறிது சிறிதாய்
இறப்பதன் பெயர் மறதி
நிரந்தரமாக
மறப்பதன் பெயர் மரணம்.

*

இராட்சதம்

பல்லாயிரம் பறவைகள்
சிறகு விரித்தாற் போல்
இலை அடர்ந்த காடு

மந்திரத்தால் கட்டுண்டதென
நிற்கும் மலையிலிருந்து
பகை துரத்த ஓடும் படையாய்த்
தெறித்து விழும் அருவி

காணோம்
இப்போது
அவையெல்லாம்

திரும்பிய திசைகளில் எங்கும்
தேயிலைக் காடு

ஒரு தேநீரை
அருந்தும் போதெல்லாம்
வனங்களின் இரத்தத்தைப்
பருகுவதாக நினைக்கிறேன்

அரக்கர்களைத் தேடி
இதிகாசங்களில்
நுழைய வேண்டியதில்லை
உல்லாசமாக உட்கார்ந்திருக்கிறார்கள்
டீக்கடை பெஞ்சுகளில்...

*

மன நதி

எல்லார் மனதிலும்
ஒரு மருதா நதி
ஓடிக் கொண்டே இருக்கிறது

வெள்ளப் பெருக்கு
என்ற திருவிழாவும்
வடிந்து சுடும் மணல் பரப்பு
என்ற விளையாட்டுக் களமும்
மாறி மாறி வரும்
அதன் தடத்தில்

மெல்லிய துயரம்
அணை கட்டும் வறட்சியிலும்
கணுக்கால் அளவு நீரோடி
நாணலின் வேர்களை
நனைக்கும்
கூழாங் கற்கள்
குளிக்கும்

ஈரம்
அதன் அழகு
நனைதல்
அதன் வாழ்க்கை

*

(சக்தி ஜோதிக்கு)

ஆத்ம வேதனை

கவிதையே
எச்சரிக்கையாக இரு

வசீகரமாய் வரிசைப்படுத்திய
உன் சொற்களில் ஒன்று
நழுவி விழக் கூடும்
உதிர்ந்த இலைகளில்
புதைந்து விட்டால்
மீட்பதற்கில்லை

கை தவற விட்ட
சீனத்துக் கோப்பை போல்
துண்டு துண்டாய்
நொறுங்கியும் போகலாம்

கலகச் சொல்லாய்
இருக்குமானால்
காவலர் பிடியில்
சிக்கக் கூடும்

காதல் மொழியாய்
இருந்து விட்டால்
யாரோ ஒருத்தியின்
காலில் பட்டுக் கசங்கி விடலாம்

ஆயினும் கவிதையே
உன் நெசவுத் தறியில்
ஓர் இழை போனாலும்
உன் உயிர் கலையுமே...

அதுதான் எனக்கு
ஆத்ம வேதனை...

*

படுகொலை

ஒரு நாள்
கொலை செய்வதற்கான
ஆயுதங்களைத் திரட்டத்
தொடங்கினேன்

கைத்துப்பாக்கி
அரிவாள்
பட்டாக் கத்தி
சுருக்குக் கயிறு
குத்துக் கத்தி
நஞ்சு
அப்புறம்... அப்புறம்...
சுவாமி படம் பார்த்து
சூலாயுதம்
வேலாயுதம்
பாசக் கயிறு
ஆகியவற்றையும்
சேர்த்துக் கொண்டேன்

பெரியவற்றைப்
புதைத்தும்
சிறியவற்றைப் பெட்டியில்
மறைத்தும் வைத்தேன்

கொலை செய்வதற்கான
நாளையும் முடிவு செய்தாயிற்று
நேரமும் தீர்மானித்தாயிற்று

அந்த நாளும் வந்தது
நேரமும் நெருங்கிற்று
கொலை வெறியும்
கூடிக் கொண்டது
மனம் தவியாய்த் தவித்தது

யாரைக் கொலை செய்வது
அதைத்தான்
மறந்தே போனேன்...!

*

மறைந்த பறவை

காகிதமும் கையுமாய்
பேனாவின் கழுத்தைப் பிடித்தபடி
காத்திருந்தேன்

உதட்டைச் சுழித்தது
நதி
'உம்' மென்று பார்த்தது
வானம்

கிழிந்து தொங்கியது
பகல்
கிடைத்த வார்த்தைகள்
நகல்

இலைகள் அடர்ந்த
மரத்தில் மறைவாய்
எங்கோ அமர்ந்தபடி
வேடிக்கை பார்த்தது
கவிதை.

*

மன்னிக்க முடியவில்லை

யாருக்குத் தெரியும்
இந்த மழையின்
ஆதியும் அந்தமும்

நினைத்த போதெல்லாம்
சரித்திரத்தின் பக்கங்களை
நனைத்திருக்கிறது.

நாயின் காதுகள் போல்
இலைகள்
விடைத்தபடி கேட்கும்
இதன் சங்கீதம்
எல்லோருக்கும் பிடித்திருக்கிறது.

எனக்குப் பிடிக்கவில்லை –

போ போ மழையே
இத்தனை காலம் பெய்தும்
பூமியின் கறைகள்
போகவே இல்லை.

*

ஒரு பூனையின் மரணம்

முன் நீட்டிய கால்களில்
முத்தமிடக் குனிந்தது போல்
கண்மூடித் தலைவைத்து
நந்தியாவட்டைக் குவியலாய்
பூனை கிடக்கிறது.

நட்ட நடுத்தெருவில்
ஒரு ஞானியின் தியானமென
சற்றும் அசைவின்றிப்
பூனை கிடக்கிறது.

அதிசய உலகத்தின்
ஆலிஸ் எனும்படியாக
பால் நிறப் பூனை
படுத்துக் கிடக்கிறது

புதுமைப் பித்தன்
சொல்லி விட்டுப் போனதுபோல்
வாழ்வியங்கும் வீதியிலே
பேரழகுக்கு ஒரு
மகாமசானமா?

இரைச்சல்களின் மத்தியில்
பேரமைதித் துயில் கொள்ள
இப்படி ஓர் தீவா?

இயந்திர நாகரிகத்தை
வெட்கப்பட வைக்கும்
எகத்தாளக் குவியலா?

உயிர்ப்பைத்
திருடிக் கொள்ளும் மரணம்
அதை எங்கே
ஒளித்து வைத்திருக்கும்?

சாலையோரப்
புங்க மரங்களைக் கேட்டேன்
அவற்றின் மரணித்த இலைகளில்
நெருப்பிட்டுக்
குளிர் காய்ந்து கொண்டிருந்தது
ஒரு கும்பல்.

*

ஆகப்பெரிய வீடு

ஆயிரம் ஜன்னல்கள்
கொண்ட வீடாம்
அறைகள் மட்டும்
நானூற்றி ஏழாம்!

பர்மாக் காடுகளில்
நூற்றாண்டு கண்ட
தேக்கு மரம் கடைந்து
செய்த தூண்கள்
கட்டிப்பிடித்தாலும் இருவர்
கைக்குள் அடங்காது.

தரையெல்லாம்
வண்ண விசித்திரமாய்
இத்தாலிச் சலவைக்கல்

ஆளுயரப் பஞ்சு மெத்தை
அதற்கேற்ற கட்டில்
சற்றே காற்றடித்தால்
சந்தனத்தின் வாசம் வரும்

கனிந்த குழந்தையின்
கன்னங்கள் போல்
குழையும் தலையணைகள்
அதில்
அதிசயப் பூப்பின்னல்கள்

சிற்பி

வெண்ணெயாய்
வழுக்கும் சுவர்கள்
ஆங்காங்கே
ஆளுயரக் கண்ணாடிகள்
வெல்வெட்டுப் பதித்த
இருக்கைகள்
ஆடும் நாற்காலிகள்
தந்தக் கால்களில் நிற்கும்
வண்ண விரிப்புகள்
சுமந்த மேசைகள்

வீடு உங்களுக்கு
ஆச்சரியமாக இருக்கும்
பெரிய ஆச்சரியம்
என்ன தெரியுமா?
மனிதர் இல்லாத
வீடு அது...

*

கீழ்நோக்கிய பயணம்

நினைவின்மையின்
பாதாளத்தில்
இறங்கிப் போகும் காலம்
எல்லாருக்கும் வரும்

ஊர் உலகம்
உற்றார் சுற்றம்
கவிதை பேனா
பசி தாகம்
எல்லாம் முதலில்
விடை பெற்றேகும்

எல்லாம் களைந்த
நிர்வாணமாய்
நீ இறங்கும் போது
தொட்டுக் கொள்ளத்
துரும்பும் இருக்காது.

ஒரு திருக்குறள்
ஒரு பாரதி வரி
ஏதோ ஒரு பாடலின் துளி
துணைக்கு வராவிட்டால்

இல்லாமல் போவதே
நல்லது நண்பா...

*

பறக்கத் தயங்கும் பறவை

உன் சிறகு
வலுவிழந்து விட்டதா?

எலும்புகளில் ஏக்கமா?
வான விசாலம்
பயமுறுத்துகிறதா?

ஏன் இப்படிச்
சோர்ந்து சோர்ந்து
கிளையில் ஒரு இலை போலத்
தொத்திக் கிடக்கிறாய்?
என்றேன்

உயிர்ப் பறவை சொல்லிற்று:
"இன்னும் கொஞ்ச நாள்
உன் கிளையில்
இருந்து விட்டுப் போகிறேனே
விட்டு விடு

சோர்வு இல்லை
சோம்பல் இல்லை
இது தவம்..."

*

அது எது?

நட்சத்திரங்கள் அடர்ந்த
பால் வீதிகளில் அன்னத்தின்
இறகு போல் உன்னை
ஏந்திச் செல்வது,
      எதுவோ அதன்பெயர்
      'இசை'

நூற்றாண்டுச் சருகுகள்
சலசலக்க மிதித்துக் கடந்து
புதுரோஜாப் பூப்போலக்
காலத்தின் கன்னத்தில்
முத்தமிட்டுச் சிலிர்ப்பது
      எதுவோ அதன் பெயர்
      'கவிதை'

ரகசியங்களின் இருளில் மின்னி
மௌனங்களின் இறகில் பதுங்கி
விழிகளில் அதிர்ந்து உதடுகளில் நடுங்கி
வேர்கள் அறியாத விளைவு
      எதுவோ அதன் பெயர்
      'காதல்'

*

மாய மனிதன்

நேற்று
கனவில் வந்தவனைத்
தெருமுனையில் சந்தித்தேன்.

என்னை நோக்கிக்
குறியாய் நடந்து வந்து
'நேற்று என் கனவில் வந்தவன்
நீ தானே' என்றான்.

கையைக் கிள்ளிப்
பார்த்துக் கொண்டேன்
'இது கனவா
நனவா' என்று.

மாயமாய் மறைந்தான்
இருக்கட்டும்
இன்னொரு நாள் கனவில்
வராமலா போய் விடுவான்?

*

கவசம் அகற்றல்

கவசங்களைக்
கழற்றி எறிய முடிவு செய்தேன்.

தலைக் கவசம்
நீக்கினேன்
வியர்த்துக் கிடந்த
தலைமுடி சிலிர்த்துக் கொண்டது
மூளையின்
கனம் குறைந்தது

கையுறைகளைக்
களைந்தேன்
செய்ய முடியாமற் போன
கடமைகள்
தழும்புகளாய்ப் புலப்பட்டன

உடற் கவசத்தை
அகற்றினேன்
வங்கக் கடலின்

புயலில் சிக்கிய வனமென
என் இரத்த நாளங்களில்
வார்த்தைகள் அலை பாய்ந்தன

காலணிகளைக்
கழற்ற முற்பட்டபோது

கவனித்தேன்
வலதை இடதாகவும்
இடதை வலதாகவும்
அணிந்திருப்பதை.

வெட்கமாய் இருந்தது
இத்தனை காலம்
நடந்ததை நினைத்து.

*

கை நழுவும் காலம்

இரண்டு மழைத்துளிகளுக்கு
நடுவில் இருப்பது
நிகழ் காலமா? இறந்த காலமா?
வருங் காலமா?

ஓடும் ரயிலில்
தண்டவாளம் இறந்த காலமா?
ஓடுவது நிகழ் காலமா?
போகும் திசை வருங்காலமா?

மணமகள் மார்பில்
சூடிய மாலை இறந்த காலமா?
தாலி நிகழ்காலமா?
கண்களில் தெரிவது வருங்காலமா?

உறைபனி, நீர்,
ஆவி என வடிவம் மூன்று
நீருக்கு இருப்பதுபோல்
வடிவிலி காலத்துக்கும்
மூன்று நிலைகளா?

அல்லது இவை
காலம் புனையும்
மாறு வேடங்களா?

கம்பன் இறந்த காலமென்றால்,
அவன் பாட்டு நிகழிலும் உள்ளதே
நாளையிலும் கிளை விரிக்கிறதே

மணல் (நதியின்) இறந்த காலமென்றால்
தேங்கும் குட்டைகள் நிகழ் காலமா?
தாகத்தால் உயிர் தரிக்கா மானுடம்
வருங்காலமா?

பிடித்த பிடிக்கு அகப்படாமல்
கை நழுவும் காலம்

விண்வெளியில்
கோலங்கள் போடும்
பருந்துகளுக்கும் மேலே
தெரிந்தது எல்லையற்ற நீலம்
அடடா, அது தான் காலம்!

*

கவிதைப் பேரியக்கம்

மரபுக் கவிஞர்கள் புதுக் கவிதைக்குள் நடைபோட பாட்டை அமைத்துத் தந்தவர் கவிஞர் சிற்பி. இவர் தமிழ் இலக்கியத்தின் கவிதைப் பேரியக்கம்.

'கை நழுவும் காலம்' இக்கவிதைத் தொகுப்பை, தனது எண்பத்தேழாவது அகவையில் எழுதியுள்ளார். ஓர் அசலான கலைமனதிற்குள் படைப்பூக்கம் என்பது என்றும் வற்றாமல் ஊற்றெடுக்கும் என்பதன் ஆவணம் என்றுதான் நான் இக் கவிதைத் தொகுப்பை கைதொட்டு வணங்குகின்றேன்.

கவிஞர் சிற்பி தன் பதின் வயதில் கவிதையை எழுதத் துவங்கினார். பிறகு கவிதை இவரைப் பிடித்துக் கொண்டு தன்னை எழுதத் துவங்கி விட்டது என்பதற்கான சான்றுகள் இந்த நூலில் நிறைய உண்டு. காய்ச்சக் காய்ச்ச இனிப்புச் சுவை கூடிக் கொண்டே போவது போல, எழுத எழுதப் பித்தேற்றும் ஒரு சொற்பழக்கம் கைகூடும் என்பதன் சாட்சி இந்த நூல்.

'சிற்ப அற்புதம்' என்ற கவிதையில் காலைத் தூக்கி ஆடும் சிலையை இவர் எழுதும்போது, சொற்களும் ஆடுவது போல் ஒரு தோற்றம் எழுகிறது.

"திசைகளில் சடைகள் விரிய
உடுக்கை அதிர
நெருப்புப் பொறி சிதற
ஊன்றிய பாதத்தில் நிலம் பதற
எடுத்த திருவடிச் சதங்கை குலுங்க

> ஆறுதலுக்கு ஒரு கரம் நீள
> அருளுதலுக்கு மறு கரம் தாழ
> இதழ்களில் குறு நகை விளைய
> இடையொரு நதியெனக் குழைய
> இயக்கம் இயக்கம் இயக்கம்
> இல்லை - இயக்கம் போன்ற மயக்கம்"

மரபில் திளைத்தவர் எழுதும் கவிதை இப்படித்தான் வாசிப்பவரின் நாக்குகளை நடனமிட வைக்கும். அறிவியல் சார்ந்த விழுமியங்களின் தேடல் கவிஞர் சிற்பிக்கே உரிய தனித்துவம். இதனால்தான் நம் அன்பிற்குரிய குடியரசுத் தலைவர் அப்துல் கலாம் ஒரு விழாவில் கூறினார். "அண்ட சராசரங்களைப் பற்றி தான் எழுதும்போது, 'Physics of impossibility", "Physics of Future upto 2100" என்ற நூல்களுக்கு நடுவே ஒருநூல் என்னை எடுத்துப் படி என்று பார்த்துக் கொண்டிருந்தது. அது சிற்பி எழுதிய "பூஜ்யங்களின் சங்கிலி" என்றார். சூரிய நிழல் தொகுப்பில் 'காலம்' பற்றிப் பேசியது போல், 'சிற்ப அற்புதம்' கவிதையில் 'இயக்கம்' பற்றிப் பேசுகின்றார். இக் கவிதையை எழுத்தாளர் புதுமைப்பித்தனுக்கு சமர்ப்பித்திருப்பது எத்துணை அழகு!

நகரத்திற்கு வந்த மயில் பற்றி ஒரு கவிதை பேசுகிறது.

> "நகரத்தின் பொலிவுக்கு
> அவை தந்தது ஒன்றுமில்லை
> காடுகள்தான் கவினிழந்து விட்டன"

என்று சொல்லுகையில் சூழலியல் கவிதையாக உருக்காட்டும் இக்கவிதை கடைசி வரிகளில் எடையைத் தூக்கி 'ஜிவ்வெனப்' பறக்கும் மயில்கள் போலவே பறக்கின்றன;

> "திசை தப்பி வந்த மயில்களே!
> உங்கள் சொந்த வனம் சேருங்கள்
> தப்பி வரும் மயில்களுக்கு
> நந்தவனம் அல்ல நகரம்"
> 'தப்பி வரும் மயில்கள்'

- என்ற படிமம் நகரத்து ஆசையில் வரும் பெண்களைக் குறிக்கும்போது முற்றிலும் வேறொரு தளத்தில் இக்கவிதை இயங்கத் தொடங்கி விடுகிறது. படிப்பவரின் அனுபவத்திற்கேற்ப விரிந்துகொண்டே செல்வது இக்கவிதையின் சிறப்பு.

'மின்னல் கீற்று' என்ற நூலில் இவர் கூறுவார். 'திற சீசேம்' மலையடிவாரத்தில் குகை வாசலில் தயங்கி நின்ற அலிபாபா இந்த மந்திரச் சொல் உதிர்த்தான். அதன் எதிரொலி ஓயுமுன்பே அங்கு ஒரு மாய உலகம் திறந்து கொண்டது. ஜோதிப் பிழம்பும், சொர்ண ரேகையும் சொல்லின் உள்ளே ஒரு தனி உலகமாய்த் துளும்பிக் கிடப்பது அன்று மட்டுமல்ல. இன்றும் என்றும் நிரந்தர சத்தியம்"

சொல்லுக்குள் கவிதையை ஏற்றி வைப்பது மாயக்கலை. கவிஞர் சிற்பிக்கு என்றும் கை கூடி வரும் மாயம்.

இக் கவிதைத் தொகுப்பில் என்னை ஈர்த்தது முதுமை பற்றிய இவரின் பதிவுகள். 'பிரளயம்' கவிதையில் 'அந்தரத்தில் அலை பாய்கிறேன்' - என்ற வரிகள் தரும் காட்சிப் படிவம் பேரற்புதம்.

"முதுமை சாபமல்ல
முழுகி மூச்சுப் பிடித்து
மோதி முயன்று
உந்தி யெழுந்து
உயிர்த்துக் கொள்கிற
அனுபவப் பிரளயம்"

இதைப் படிக்கும்போது, கவிஞர் மீராவின் வார்த்தைகள் நினைவுக்கு வருகின்றன. "சிற்பி ஜெயித்துக்கொண்டே இருக்கிறார்."

- ஜே. மஞ்சுளாதேவி

கவிஞர் சிற்பி

சிறந்த கவிஞர், நல்ல மொழிபெயர்ப்பாளர், புகழ்பெற்ற கல்வியாளர், இலக்கிய இதழாசிரியர் எனப் பன்முகம் கொண்ட சிற்பி பாலசுப்பிரமணியம் ஒரு பல்துறை அறிஞர்.

கோவை மாவட்டம், பொள்ளாச்சி வட்டம் ஆத்துப் பொள்ளாச்சி கிராமத்தில் 1936இல் பிறந்தவர். கேரளத்தில் பள்ளிக் கல்வி பயின்றவர். அண்ணாமலைப் பல்கலைக்கழகத்தில் பி.ஏ., ஆனர்ஸ் (தமிழ் இலக்கியம்) கற்று, 1958 முதல் பொள்ளாச்சி நல்லமுத்து மகாலிங்கம் கல்லூரியில் விரிவுரையாளராக இருந்தார். 1989இல் கோவை பாரதியார் பல்கலைக் கழகத்தில் தமிழ்த்துறைத் தலைவராகப் பொறுப்பேற்று 1997 வரை சிறப்புறப் பணிபுரிந்து ஓய்வு பெற்றார். மேலும், இந்திய இலக்கிய அமைப்பாகிய சாகித்திய அகாதெமியின் தமிழ் ஒருங்கிணைப்பாளராக 2007 தொடங்கி 2012 வரை திறம்படச் செயலாற்றியவர்.

மொழிபெயர்ப்புக்காகவும் (2001), படைப்பிலக்கியத்துக்காகவும் (2003) இருமுறை சாகித்ய அகாதமி விருது பெற்றவர். தமிழக அரசின் பாவேந்தர் விருது, கலைமாமணி விருது, குன்றக்குடி ஆதீனக் கபிலர் விருது, திருவனந்தபுரம் தமிழ்ச் சங்க மகாகவி உள்ளூர் விருது, மூத்த எழுத்தாளருக்கான லில்லி தேவசிகாமணி விருது, இலக்கியச் சிந்தனை விருது எனப் பலவிருதுகள் பெற்றவர்.

2022ஆம் ஆண்டிற்கான பத்மஸ்ரீ விருது பெற்றவர்.

2018ஆம் ஆண்டு முதல் 2022ஆம் ஆண்டு வரை மீண்டும் சாகித்திய அகாதெமியின் தமிழ் மொழி ஒருங்கிணைப்பாளராக இருந்துள்ளார்.

இப்போது அருட்செல்வர் நா. மகாலிங்கம் மொழிபெயர்ப்பு மைய இயக்குநர்.